Impressum
Verlag: BABADADA GmbH, Nedderfeld 112 , 22529 Hamburg
Geschäftsführer / Verlagsleitung: Harald Hof
Druck: Books on Demand GmbH, In de Tarpen 42, 22848 Norderstedt

Imprint
Publisher: BABADADA GmbH, Nedderfeld 112 , 22529 Hamburg, Germany
Managing Director / Publishing direction: Harald Hof
Print: Books on Demand GmbH, In de Tarpen 42, 22848 Norderstedt

学校

shule

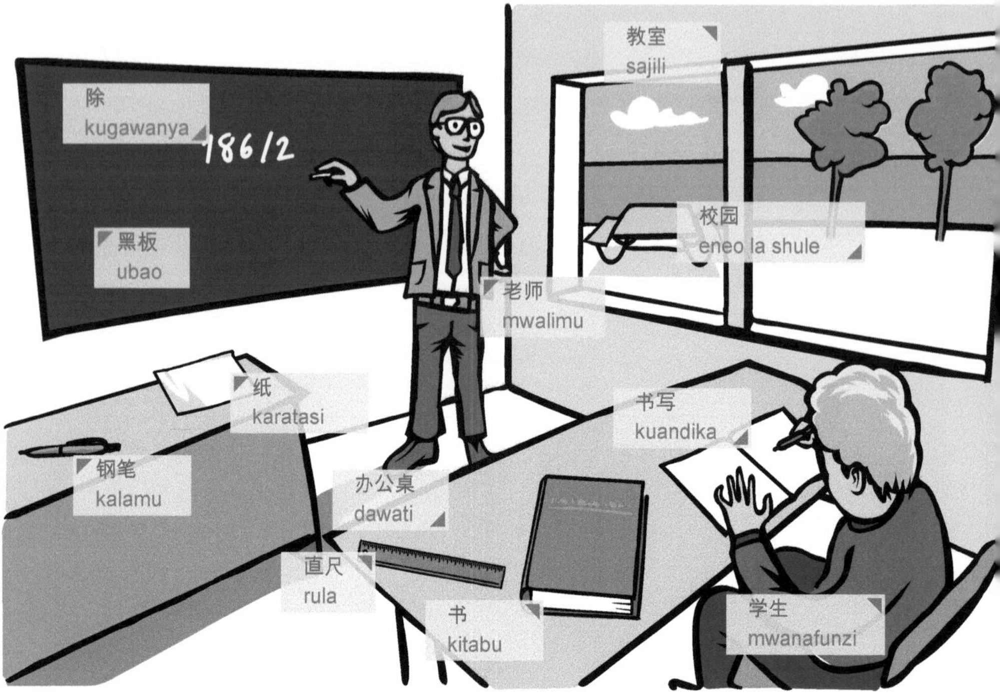

教室
sajili
除
kugawanya
186/2
黑板
ubao
校园
eneo la shule
老师
mwalimu
纸
karatasi
书写
kuandika
钢笔
kalamu
办公桌
dawati
直尺
rula
书
kitabu
学生
mwanafunzi

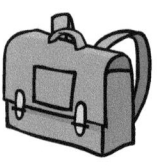

书包

mkoba

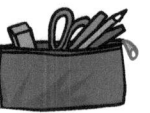

铅笔盒

kikasha cha penseli

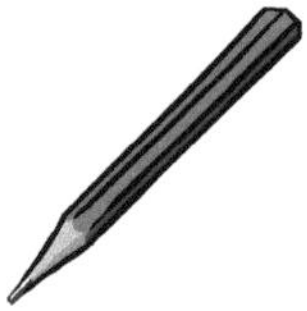

铅笔

penseli

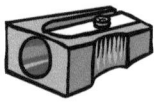

卷笔刀

kichonga penseli

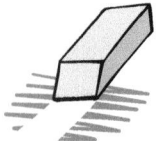

橡皮擦

mpira

画板

pedi ya kuchora

图画

uchoraji

画笔

brashi ya rangi

颜料盒

sanduku la rangi

剪刀

mkasi

胶水

gundi

练习册

daftari

家庭作业

kazi ya nyumbani

12

数字

nambari

2+2

加

jumlisha

5-2

减

ondoa

2×2

乘

zidisha

计算

kokotoa

A

字母

barua

ABCDEFG
HIJKLMN
OPQRSTU
VWXYZ

字母表

alfabeti

字

neno

课文
maandishi

读
kusoma

粉笔
chaki

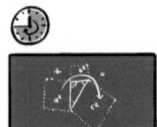

上课
somo

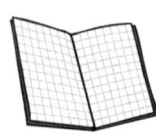

登记
sajili

考试
uchunguzi

证书
cheti

校服
sare za shule

教育
elimu

百科全书
elezo

大学
chuo kikuu

显微镜
darubini

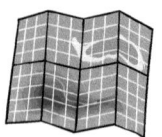

地图
ramani

废纸筐
kikapu cha kuweka karatasi
chafu

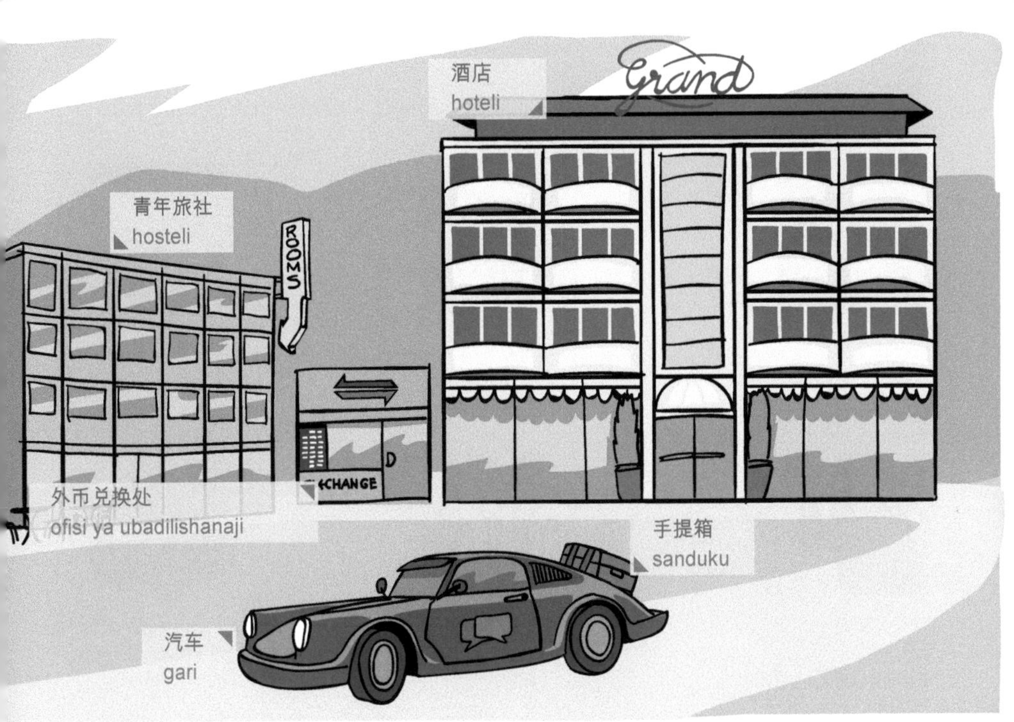

酒店
hoteli
Grand
青年旅社
hosteli
ROOMS
外币兑换处
ofisi ya ubadilishanaji
EXCHANGE
手提箱
sanduku
汽车
gari

语言

lugha

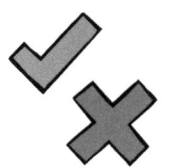

是/否

ndiyo / la

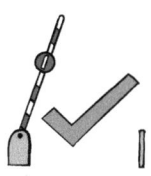

好的

sawa

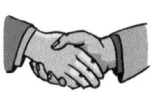

您好

hujambo

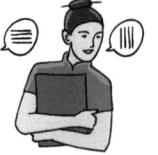

翻译员

mtafsiri

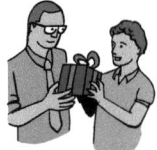

谢谢

Asante

......多少钱？

kiasi gani ni ...?

我不明白

Sielewi

问题

tatizo

晚上好！

Jioni njema!

早上好！

Habari za asubuhi!

晚安！

Usiku mwema!

再见

kwa heri

方向

mwelekeo

行李

mizigo

包

mfuko

双肩包

shanta

客人

mgeni

房间

chumba

睡袋

begi la kulalia

帐篷

hema

旅游信息

taarifa ya utalii

海滩

ufuo

信用卡

kadi

早餐

kifunguakinywa

午餐

chakula cha mchana

晚餐

chakula cha jioni

票

tiketi

电梯

kuinua

邮票

muhuri

边界

mpaka

海关

mila

大使馆

ubalozi

签证

visa

护照

pasipoti

交通运输

usafiri

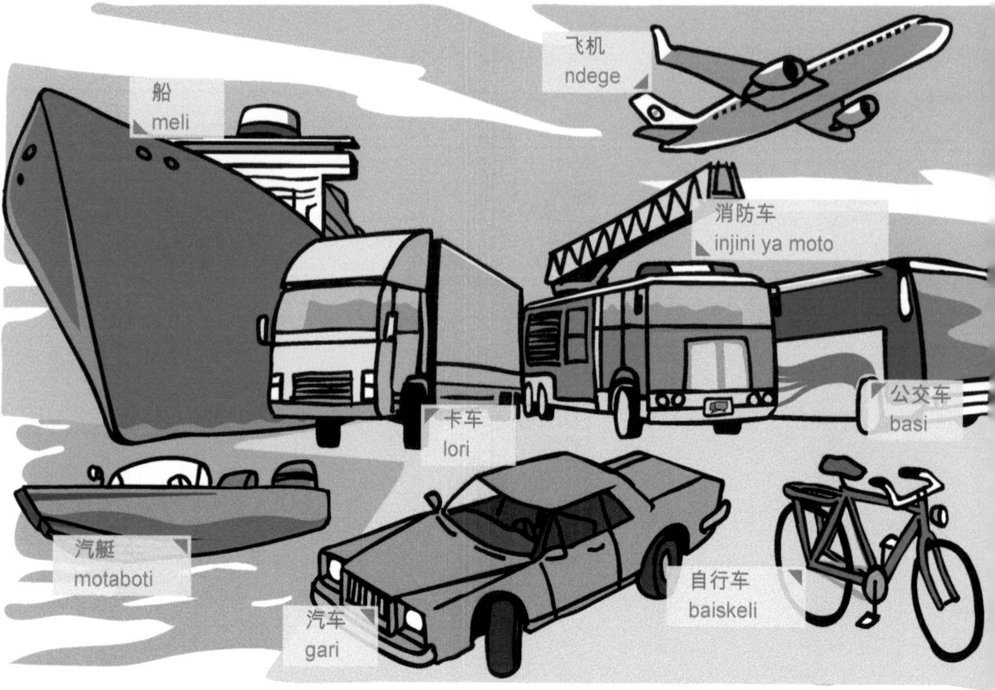

飞机
ndege
船
meli
消防车
injini ya moto
公交车
basi
卡车
lori
汽艇
motaboti
自行车
baiskeli
汽车
gari

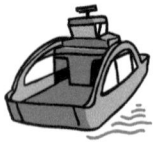

摆渡船

feri

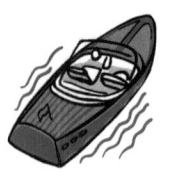

小船

mashua

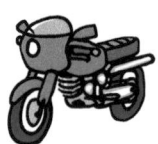

摩托车

pikipiki

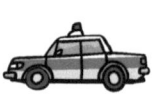

警车

gari la polisi

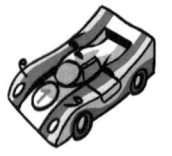

赛车

gari la mashindano

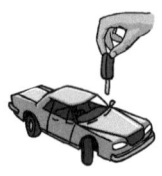

租车

gari la kukodisha

拼车

kushiriki gari

拖车

lori la kuvuta

垃圾车

ukusanyaji taka

发动机

motor

汽油

mafuta

加油站

kituo cha mafuta

交通标志

ishara trafiki

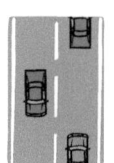

交通

trafiki

交通堵塞

msongamano

停车场

maegesho

火车站

kituo cha treni

轨道

reli

火车

garimoshi

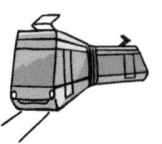

电车

tremu

货车

gari la mizigo

直升机

helikopta

机场

uwanja wa ndege

塔

mnara

乘客

abiria

集装箱

chombo

纸板箱

katoni

手推车

mkokoteni

篮子

kikapu

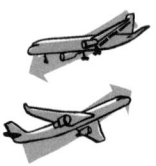

起飞/降落

ondoka

城市

jiji

村庄

kijiji

市中心

katikati ya jiji

房子

nyumba

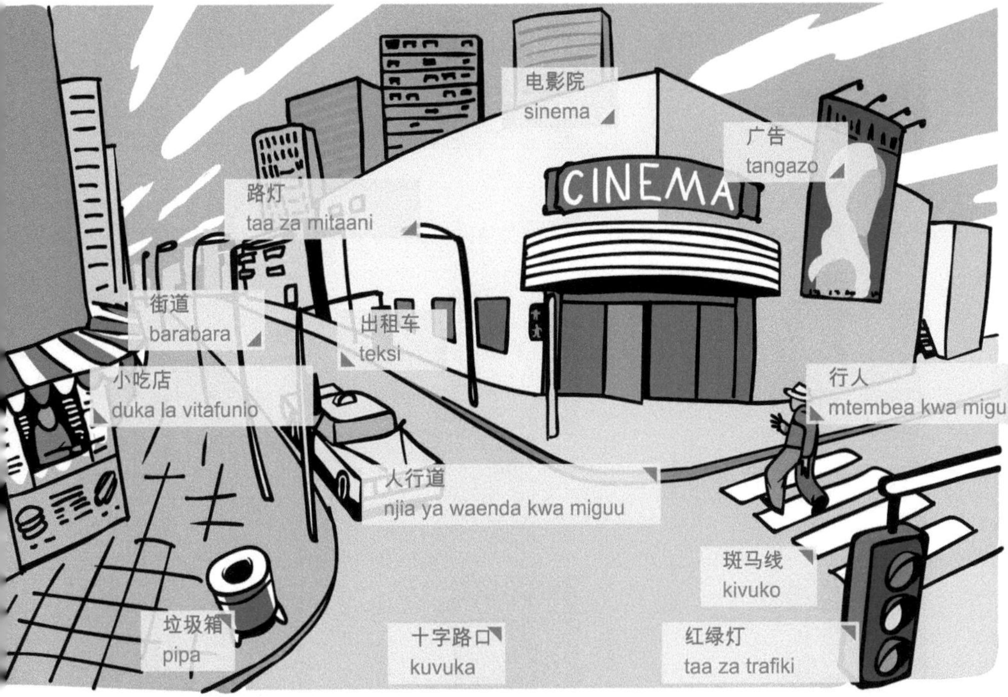

电影院
sinema
广告
tangazo
CINEMA
路灯
taa za mitaani
街道
barabara
出租车
teksi
小吃店
duka la vitafunio
行人
mtembea kwa migu
人行道
njia ya waenda kwa miguu
斑马线
kivuko
垃圾箱
pipa
十字路口
kuvuka
红绿灯
taa za trafiki

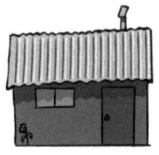

小屋

kibanda

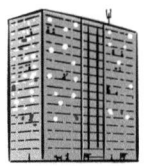

公寓

gorofa

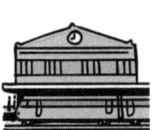

火车站

kituo cha treni

市政厅

ukumbi wa mji

MUSEUM

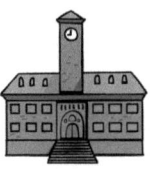

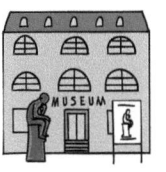

博物馆

Makavazi

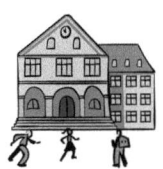

学校

shule

大学
chuo kikuu

银行
benki

医院
hospitali

酒店
hoteli

药房
duka la dawa

办公室
ofisi

书店
duka la kitabu

商店
duka

花店
duka la maua

超市
dukakuu

市场
soko

百货商店
idara ya kuhifadhi

鱼店
mwuza samaki

购物中心
kituo cha ununuzi

海港
bandari

公园
Hifadhi

长凳
benki

桥
daraja

楼梯
vidato

地铁
chini ya ardhi

隧道
handaki

公交车站
kituo cha mabasi

酒吧
bar

餐馆
mgahawa

邮筒
sanduku la posta

路标
ishara ya barabara

停车计时器
mita ya maegesho

动物园
bustani ya wanyama

游泳馆
kidimbwi cha kuogelea

清真寺
msikiti

农场
shamba

污染
uchafuzi

墓地
makaburini

教堂
kanisa

操场
uwanja wa michezo

寺庙
hekalu

地形

mazingira

树叶
jani

指示牌
ishara ya mwelekeo

路
njia

草地
malisho

石头
jiwe

树
mti

徒步旅行者
mtembeaji wa masafa

河
mto

花
ua

草
nyasi

峡谷
bonde

山
kilima

湖
ziwa

森林
msitu

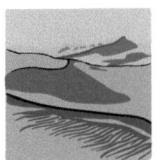

沙漠
jangwa

火山
volkano

城堡
ngome

彩虹
upinde wa mvua

蘑菇
uyoga

棕榈树
mtende

蚊子
mbu

苍蝇
kuruka

蚂蚁
chungu

蜜蜂
nyuki

蜘蛛
buibui

甲虫
mende

青蛙
chura

松鼠
kuchakuro

刺猬
nungunungu

野兔
sungura

猫头鹰
bundi

鸟
ndege

天鹅
swan

野猪
nguruwe mwitu

鹿
kulungu

麋鹿
aina ya kongoni

水坝
bwawa

风力发电机
tabo ya upepo

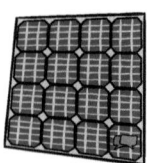

太阳能电池板
nishaji ya jua

气候
hali ya hewa

服务员
mhudumu

菜单
menyu

椅子
kiti

汤
supu

披萨饼
piza

餐具
vilia

桌布
kitambaa cha mezani

前菜
kiamsha hamu

主菜
kozi kuu

甜点
kitindamlo

饮料
vinywaji

食物
chakula

瓶子
chupa

快餐

chakula cha haraka

街边小吃

Streetfood

茶壶

buli

糖盒

kisanduku cha sukari

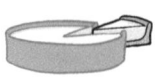

一份饭菜

sehemu

意式咖啡机

mashine ya espresso

高脚椅

kiti kirefu

账单

muswada

托盘

trei

刀

kisu

餐叉

uma

勺子

kijiko

茶匙

kijiko cha chai

餐巾

nepi

玻璃杯

glasi

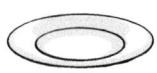

碟子

sahani

汤盘

sahani ya supu

碟子

sufuria

酱

mchuzi

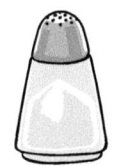

盐瓶

kichanyaji chumvi

胡椒磨

kinu cha pilipili

醋

siki

食用油

mafuta

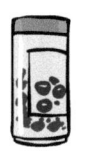

调味料

viungo

番茄酱

kechapu

芥末

haradali

蛋黄酱

kachumbari nzito

超市

dukakuu

特价
ofa maalum
FOR
顾客
mteja
乳制品
maziwa
水果
matunda
购物车
toroli

BUTCHERS

肉铺

mchinjaji

BAKERY

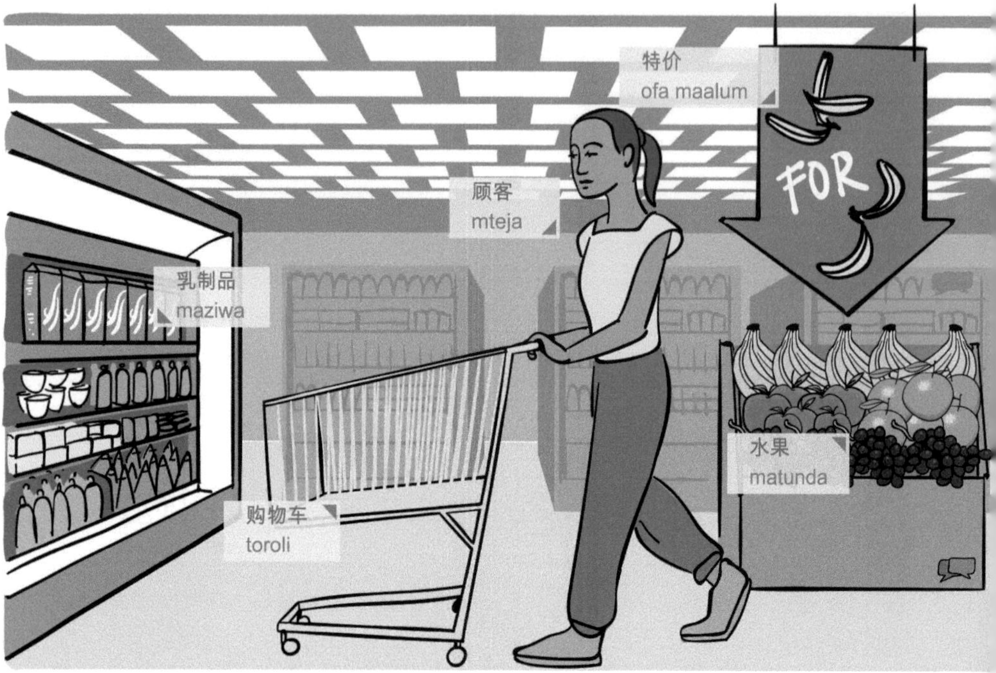

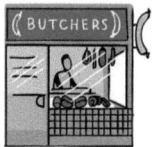

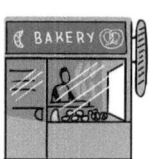

面包房

mwokaji

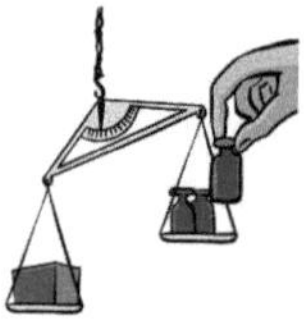

称重

uzito

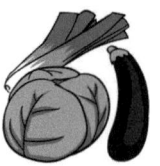

蔬菜

mboga

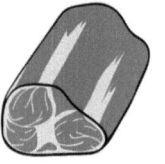

肉

nyama

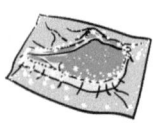

冷冻食品

chakula waliohifadhiwa

冷盘

pande vya nyama baridi

罐头食品

chakula cha kopo

洗衣粉

sabuni ya unga

甜食

pipi

日用品

bidhaa za kaya

清洁用品

bidhaa za kusafisha

销售员

mtu mauzo

收银机

mpaka

收银员

keshia

购物清单

orodha ya manunuzi

开放时间

masaa ya ufunguzi

钱包

mkoba

信用卡

kadi

袋子

mfuko

塑料袋

mfuko wa plastiki

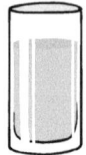

水

maji

果汁

sharubati

牛奶

maziwa

可乐

coke

红酒

mvinyo

啤酒

bia

酒

pombe

可可

kakao

茶

chai

咖啡

kahawa

意式浓缩咖啡

spreso

卡布奇诺

kapuchino

香蕉

ndizi

苹果

tufaha

橙子

machungwa

西瓜

tikiti

柠檬

lemon

胡萝卜

karoti

大蒜

kitunguu saumu

竹子

mianzi

洋葱

kitunguu

蘑菇

uyoga

坚果

karanga

面条

nudo

意大利面条

spageti

米饭

mpunga

沙拉

saladi

薯条

vibanzi

炸土豆

viazi vya kukaanga

披萨饼

piza

汉堡包

hambaga

三明治

sandwichi

炸猪排

kipande

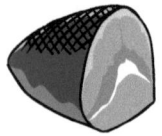

火腿

paja la mnyama

萨拉米

salami

香肠

soseji

鸡肉

kuku

烤肉

choma

鱼

samaki

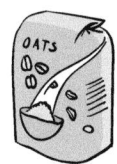

燕麦片

oats ya uji

穆兹利

muesli

玉米片

cornflakes

面粉

unga

羊角面包

kroisanti

面包卷

andazi

面包

mkate

烤面包

mkate wa kubanika

饼干

biskuti

黄油

siagi

凝乳

maziwa mgando

蛋糕

keki

蛋

yai

煎蛋

yai kukaanga

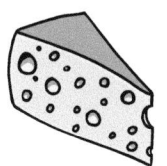

奶酪

jibini

冰激凌
aiskrimu

糖
sukari

蜂蜜
asali

果酱
jemu

巧克力酱
kuenea kwa chokoleti

咖喱饭
mchuzi wa viungo

农场
shamba

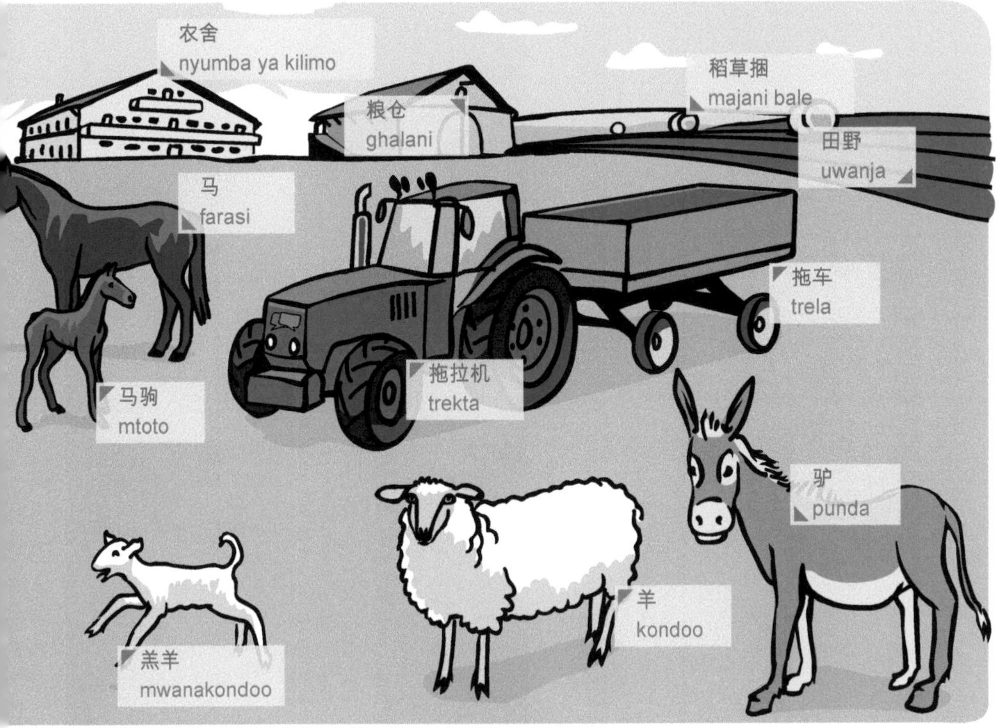

农舍
nyumba ya kilimo
粮仓
ghalani
稻草捆
majani bale
田野
uwanja
马
farasi
拖车
trela
拖拉机
trekta
马驹
mtoto
驴
punda
羊
kondoo
羔羊
mwanakondoo

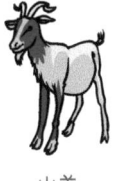

山羊
mbuzi

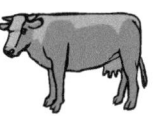

奶牛
ng'ombe

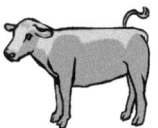

牛犊
ndama

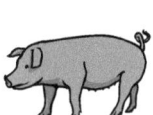

猪
nguruwe

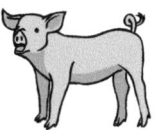

小猪
mwananguruwe

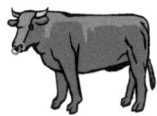

公牛
fahali

鹅
batabukini

鸭
bata

小鸡
kifaranga

母鸡
kuku

公鸡
jogoo

鼠
panya

猫
paka

老鼠
panya

牛
ng'ombe

狗
mbwa

狗屋
nyumba ya mbwa

花园浇水软管
bomba la bustani

洒水壶
debe la kumwagilia maji

长柄大镰刀
fyekeo

犁
kulima

镰刀

mundu

锄头

jembe

长柄草耙

uma wa nyasi

斧头

shoka

独轮手推车

toroli

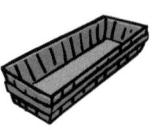

饲料槽

kupitia nyimbo

牛奶罐

chombo cha maziwa

麻布袋

gunia

栅栏

ua

马厩

imara

温室

chafu

土壤

udongo

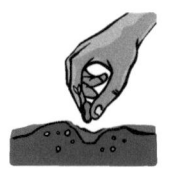

种子

mbegu

肥料

mbolea

联合收割机

kivunaji

收割

mavuno

收割

mavuno

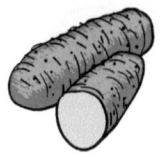

山药

viazi vikuu

小麦

ngano

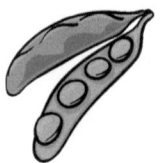

大豆

soya

土豆

viazi

玉米

mahindi

油菜籽

rapa

果树

mti wa matunda

树薯

muhogo

谷物

nafaka

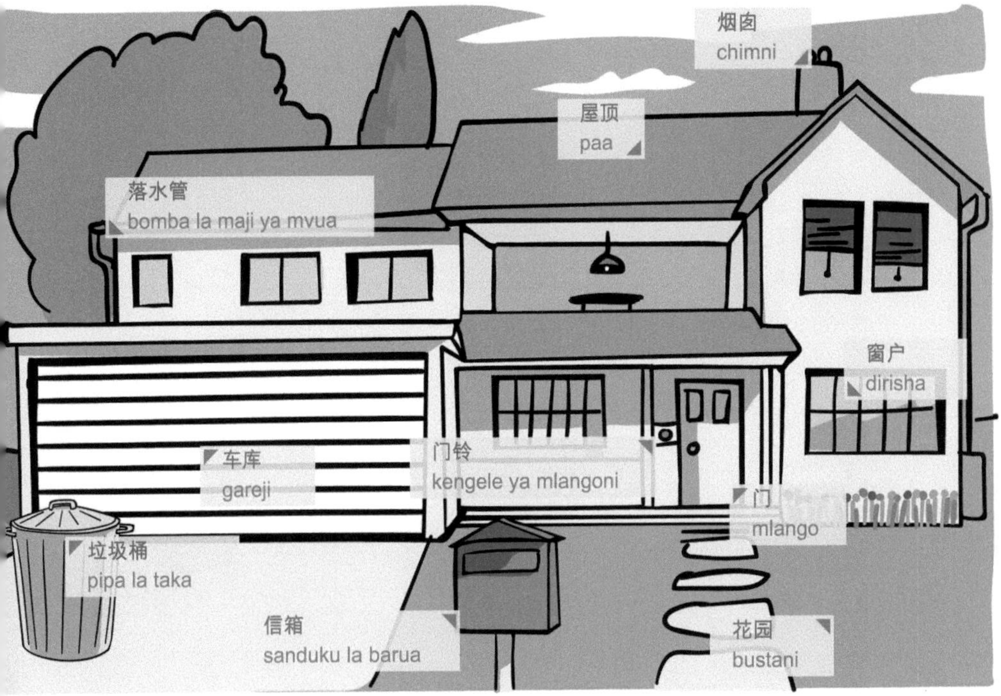

烟囱
chimni

屋顶
paa

落水管
bomba la maji ya mvua

窗户
dirisha

车库
gareji

门铃
kengele ya mlangoni

门
mlango

垃圾桶
pipa la taka

信箱
sanduku la barua

花园
bustani

客厅
sebuleni

浴室
bafu

厨房
jikoni

卧室
chumba cha kulala

儿童房
chumba ya mtoto

餐厅
chumba cha kulia

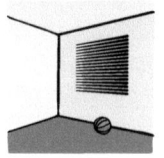

地板

sakafu

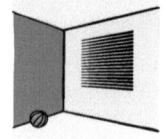

墙壁

ukuta

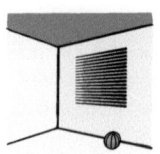

吊顶

dari

地窖

pishi

桑拿

sauna

阳台

roshani

露台

mtaro

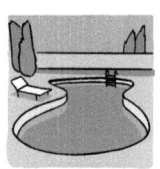

游泳池

kidimbwi

割草机

mashine ya kukata nyasi

被单

karatasi

床罩

kitambaa cha kupamba
kitanda

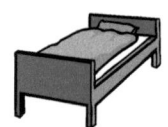

床

kitanda

扫帚

ufagio

水桶

ndoo

开关

kubadili

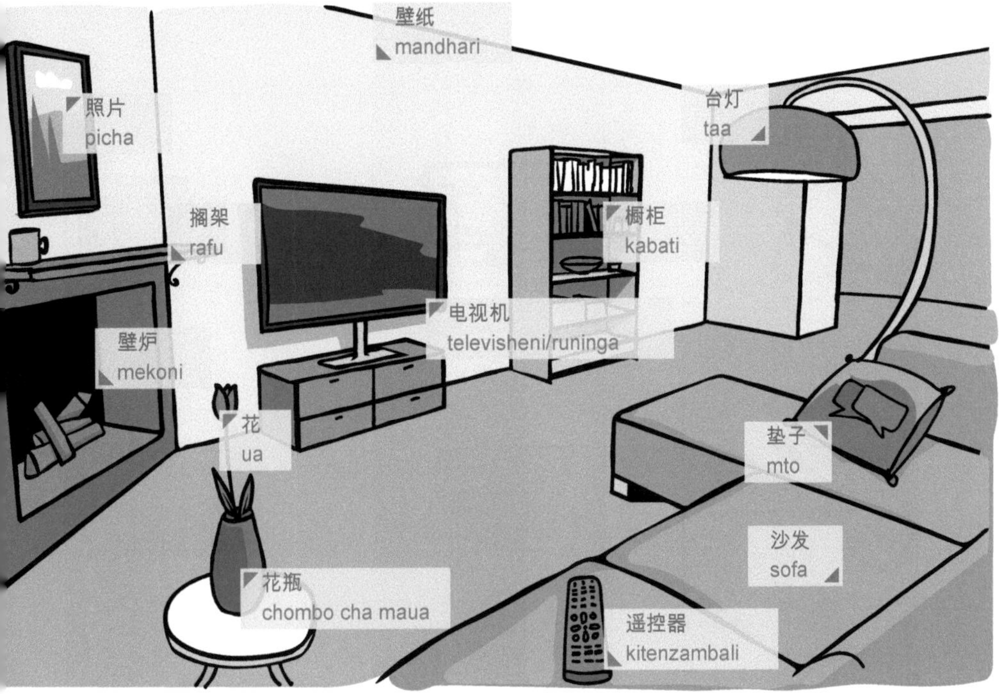

壁纸
mandhari

照片
picha

台灯
taa

搁架
rafu

橱柜
kabati

电视机
televisheni/runinga

壁炉
mekoni

花
ua

垫子
mto

花瓶
chombo cha maua

沙发
sofa

遥控器
kitenzambali

地毯

zulia

窗帘

pazia

餐桌

meza

椅子

kiti

摇椅

kiti cha bembea

扶手椅

armchair

书
kitabu

毯子
blanketi

装饰品
mapambo

木柴
kuni

电影
filamu

高保真音响
kifaa cha hi-fi

钥匙
ufunguo

报纸
gazeti

油画
uchoraji

海报
bango

收音机
redio

笔记本
daftari

吸尘器
kifyonza

仙人掌
dungusi kakati

蜡烛
mshumaa

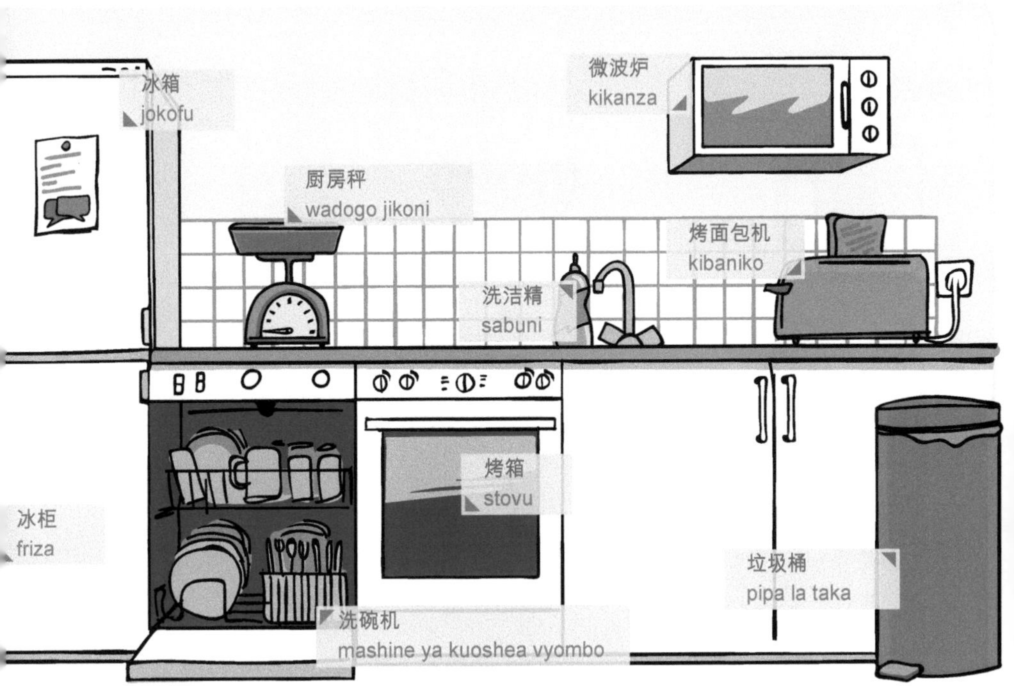

微波炉
kikanza

冰箱
jokofu

厨房秤
wadogo jikoni

烤面包机
kibaniko

洗洁精
sabuni

烤箱
stovu

冰柜
friza

垃圾桶
pipa la taka

洗碗机
mashine ya kuoshea vyombo

炊具

jiko la kupika

锅

chungu

铸铁锅

sufuria ya chuma

炒锅

wok / kadai

平底锅

kaango

水壶

birika

蒸锅

stima

烤盘

sinia ya kuoka

陶瓷锅

vyombo vya udongo

马克杯

kombe

碗

bakuli

筷子

vijiti vya kulia

长柄勺

ukawa

铲子

mwiko mpana

搅拌器

burashi

滤网

kichujio

筛子

chujio

磨碎机

mbuzi

研钵

chokaa

烧烤

barbeque

明火

moto wazi

菜板

ubao wa majaribio

擀面杖

kijiti cha kusukuma unga

开瓶器

kizibuo

罐子

kopo

开罐器

inaweza kopo

隔热手套

kishikio cha chungu

水槽

karo

刷子

brashi

海绵

sifongo

搅拌机

kisagaji matunda

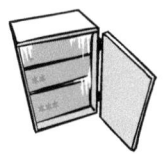

冷藏箱

friji ya kina

奶瓶

chupa ya mtoto

水龙头

bomba

浴室
bafu

供暖设备
joto

淋浴
mfereji wa kuogea

毛巾
taulo

浴帘
pazia la kuogea

泡沫浴
maji ya kuoga yenye povu

浴缸
hodhi

玻璃杯
glasi

洗衣机
mashine ya kuosha

瓷砖
vigae

水龙头
bomba

便壶
poti

水槽
karo

厕所

choo

蹲便器

choo cha squat

坐浴器

beseni la mviringo

小便池

choo cha umma

厕纸

shashi

马桶刷

brashi ya choo

牙刷

mswaki

牙膏

dawa ya meno

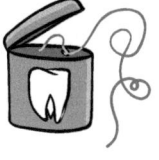

牙线

dawa ya meno

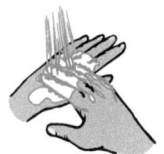

洗

safisha

手持式喷淋头

kuoga mkono

冲洗器

msukumo wa maji

洗脸盆

bonde

擦背刷

mpako wa pili

肥皂

sabuni

沐浴露

jeli ya kuogea

洗发水

shampuu

法兰绒

flana

排水

toa maji

乳霜

krimu

除臭剂

kiondoa harufu

镜子
kioo

手镜
kioo mkono

剃须刀
kinyozi

剃须泡沫
povu la kunyoa

须后水
baada ya kunyoa

梳子
kichana

刷子
brashi

吹风机
kikausha nywele

喷发定型剂
marashi ya nyewele

化妆品
vipodozi

唇膏
kidomwa

指甲油
varnish ya msumari

化妆棉
pamba

指甲剪
mkasi wa kucha

香水
manukato

洗漱包

mkoba wa kuosha

凳子

kinyesi

计重秤

mizani

浴袍

nguo ya kuoga

橡胶手套

glavu za mpira

卫生棉条

kisodo

卫生巾

sodo

化学厕所

kemikali choo

儿童房

chumba ya mtoto

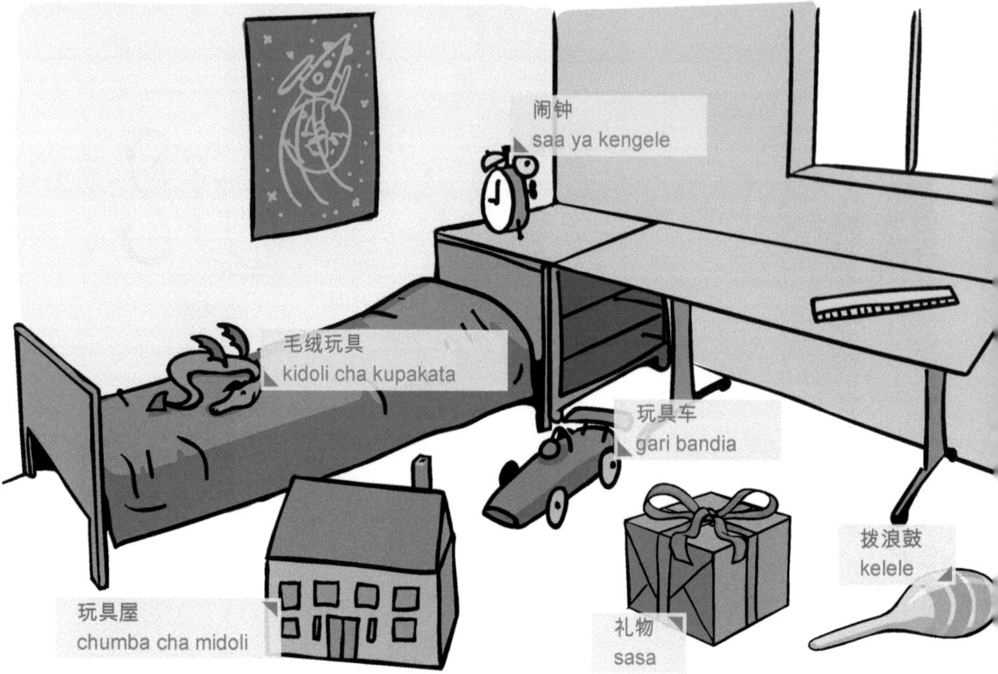

闹钟
saa ya kengele

毛绒玩具
kidoli cha kupakata

玩具车
gari bandia

拨浪鼓
kelele

玩具屋
chumba cha midoli

礼物
sasa

气球

baluni

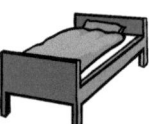

床

kitanda

（洋娃娃用）婴儿车

mashua

扑克牌

staha ya kadi

拼图

mchezo-fumb

漫画

vichekesho

42　　　　　　儿童房 - chumba ya mtoto

乐高积木

matofali lego

积木玩具

vitalu mwigo

玩具人

hatua takwimu

婴儿服

suti ya kulalia

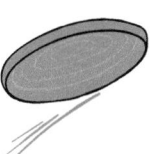

飞盘

kisahani

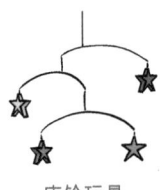

床铃玩具

simu

棋盘游戏

ubao wa michezo

骰子

kete

火车模型

garimoshi mwigo

安抚奶嘴

dummy

聚会

chama

绘本

picha kitabu

球

mpira

洋娃娃

kikaragosi

玩

kucheza

沙坑

shimo la mchanga

秋千

bembea

玩具

vitu bandia

游戏机

kiweko cha video ya mchezo

三轮车

baiskeli ya magurudumu

泰迪熊

mwanasesere

衣柜

kabati

matatu

衣服

nguo

袜子

soksi

长袜

stokingi

紧身裤

kibano

围巾
skafu

雨伞
mwavuli

T恤
fulana

皮带
ukanda

靴子
viatu

拖鞋
ndara

运动鞋
wakufunzi

凉鞋
malapa

鞋
viatu

雨靴
mabuti ya mpira

内裤
suruali ya ndani

胸罩
sidiria

背心
fulana

身体
mwili

裤子
suruali

牛仔裤
dangirizi

短裙
sketi

女式衬衫
blauzi

衬衫
shati

套头衫
vuta

卫衣
sweta

西装夹克
bleza

夹克
jaketi

外套
koti

雨衣
koti la mvua

套装
maleba

连衣裙
gauni

婚纱
mavazi ya harusi

西装

suti

睡袍

vazi la usiku

睡衣

pajama

莎丽

sari

头巾

skafu

包头巾

kilemba

波卡

burka

卡夫坦

kaftan

(阿拉伯式)长袍

abaya

泳衣

vazi la kuogelea

男式泳裤

vazi la kiume la kuogelea

短裤

kaptura

运动服

teitei

围裙

aproni

手套

glavu

纽扣

kifungo

眼镜

glasi

手链

bangili

项链

mkufu

戒指

pete

耳环

herini

便帽

kofia

衣架

kiango cha koti

帽子

kofia

领带

tai

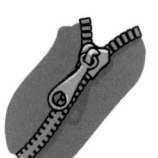

拉链

zipu

头盔

kofia

背带

kanda za suruali

校服

sare za shule

制服

sare

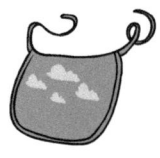

围兜

bibu

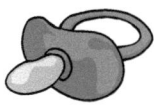

安抚奶嘴

dummy

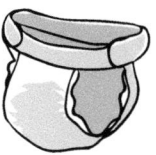

尿不湿

nepi

办公室

ofisi

服务器
seva
文件柜
kabati la kuweka faili
打印机
kichapishaji
纸
karatasi
显示屏
kiwambo
鼠标
kipanya
办公桌
dawati
文件夹
folda
键盘
kibodi
椅子
kiti
cha kuweka karatasi chafu
电脑
kompyuta

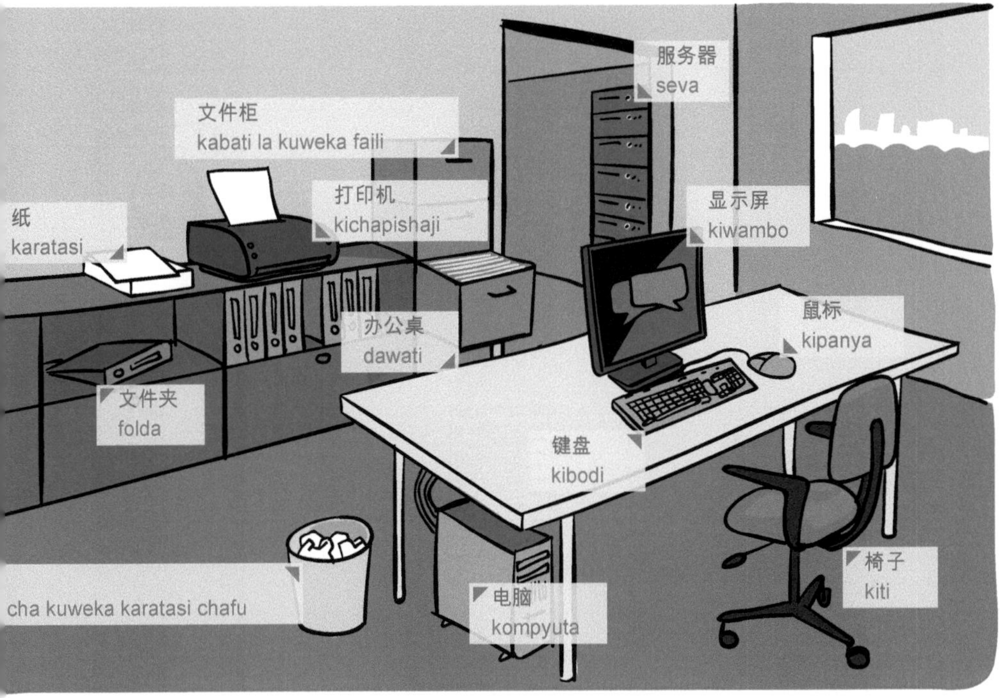

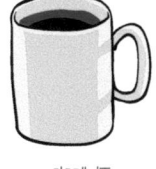

咖啡杯

kmobe la kahawa

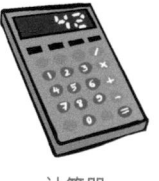

计算器

kikokotoo

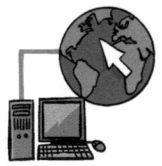

因特网

biashara

笔记本电脑

mbali

信件

barua

消息

ujumbe

手机

rununu

网络

intaneti

复印机

fotokopia

软件

programu

电话

simu

插座

soketi

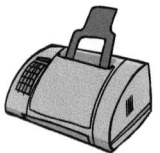

传真机

kipepesi

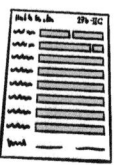

表格

fomu

文件

hati

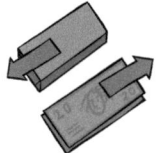

买

kununua

付钱

kulipa

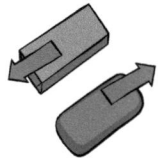

交易

biashara

现金

fedha

美元

dola

欧元

yuro

日元

yeni

卢布

rouble

瑞士法郎

faranga ya Uswisi

人民币

renminbi yuan

卢比

rupia

提款处

eneo la kulipia

外币兑换处

ofisi ya ubadilishanaji

金

dhahabu

银

fedha

石油

mafuta

能源

nishati

价格

bei

合同

mkataba

税金

kodi

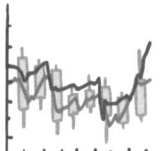

股票

bidhaa

工作

kazi

职员

mfanyakazi

老板

mwajiri

工厂

kiwanda

商店

duka

警官
afisa wa polisi

消防员
mzimamoto

厨师
mpishi

医生
daktari

飞行员
rubani

园丁
mtunza bustani

木匠
seremala

裁缝
mshonaji

法官
hakimu

化学家
mwanakemia

演员
muigizaji

公交车司机

dereva wa basi

出租车司机

dereva wa teksi

渔夫

mvuvi

清洁女工

mwanamke wa kusafisha

屋顶工

mwezekaji

服务员

mhudumu

猎人

mwindaji

画家

mchoraji

面包师

mwokaji

电工

umeme

建筑工人

mjenzi

工程师

mhandisi

屠夫

mchinjaji

水管工

fundi bomba

邮递员

mwanaposta

士兵

mwanajeshi

建筑师

msanifu majengo

收银员

keshia

花农

muuza maua

理发师

msusi

售票员

kondakta

机械师

mekanika

船长

nahodha

牙医

daktari wa meno

科学家

mwanasayansi

拉比

rabbi

伊玛目

imamu

和尚

mtawa

牧师

kasisi

工具

zana

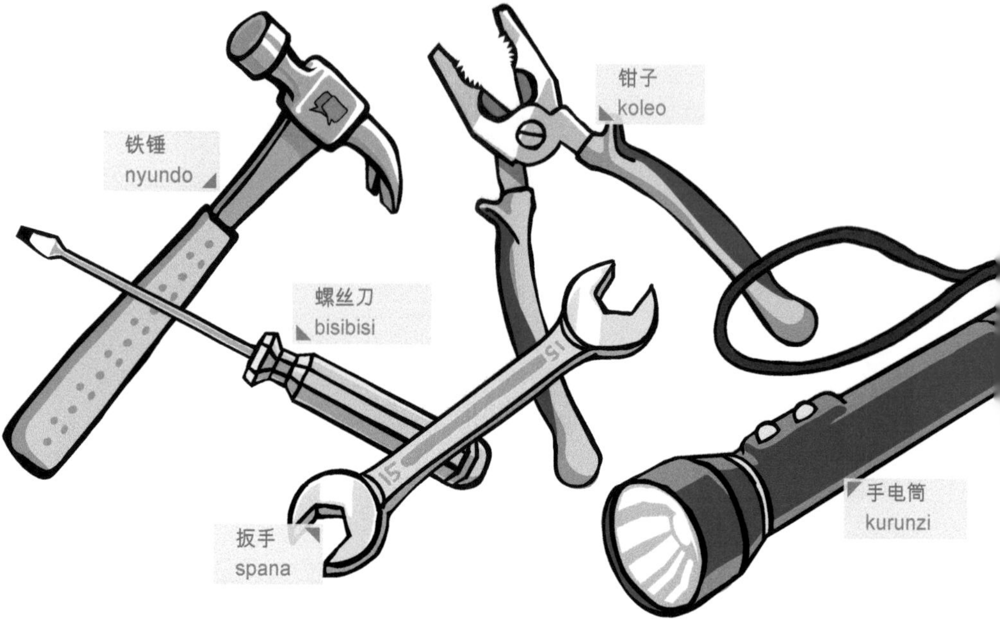
铁锤
nyundo
钳子
koleo
螺丝刀
bisibisi
扳手
spana
手电筒
kurunzi

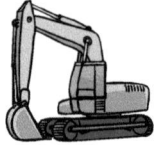

挖掘机

mchimbaji

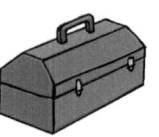

工具箱

sanduku la vifaa

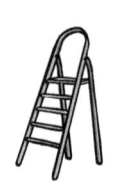

梯子

ngazi

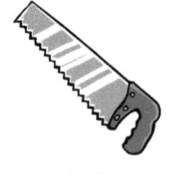

锯子

msumeno

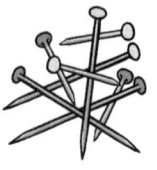

钉子

misumari

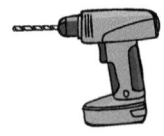

钻机

kuchimba visima

修
kukarabati

铲子
sepetu

靠！
Lo!

簸箕
kishikio cha uchafu

油漆桶
chungu cha rangi

螺丝
skurubu

乐器
ala za muziki

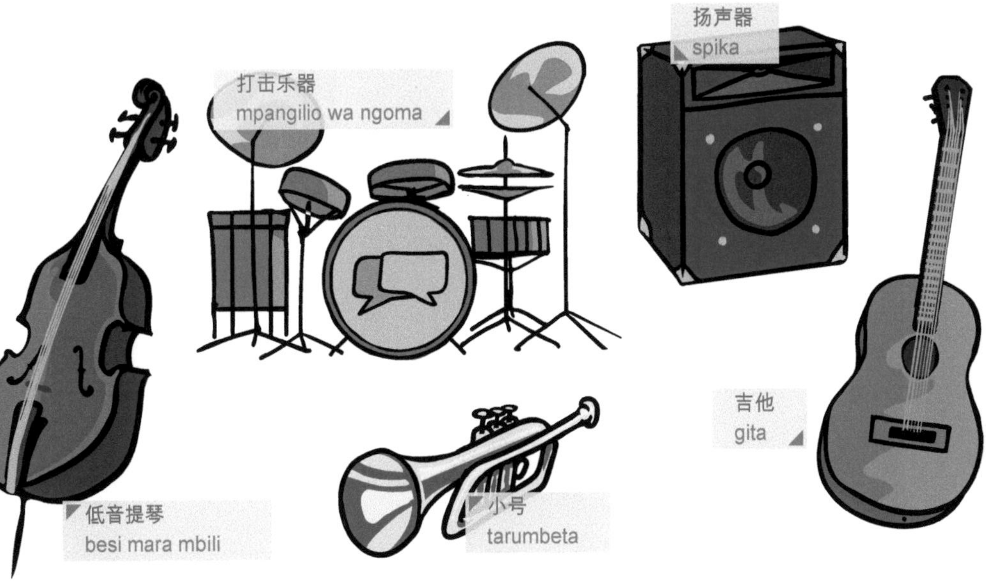

扬声器
spika

打击乐器
mpangilio wa ngoma

吉他
gita

低音提琴
besi mara mbili

小号
tarumbeta

钢琴
piano

小提琴
fidla

贝斯
ubeji

定音鼓
timpani

鼓
ngoma

电子琴
kibodi

萨克斯管
saksafoni

长笛
filimbi

麦克风
maikrofoni

动物园

bustani ya wanyama

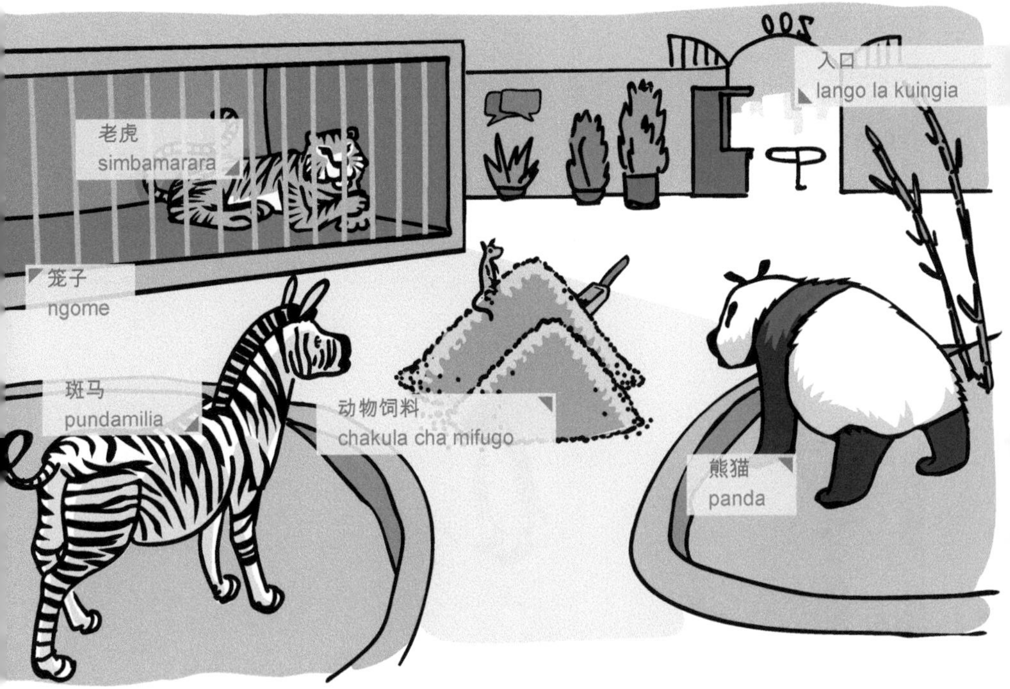

入口
lango la kuingia
老虎
simbamarara
笼子
ngome
斑马
pundamilia
动物饲料
chakula cha mifugo
熊猫
panda

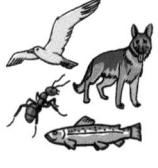

动物

wanyama

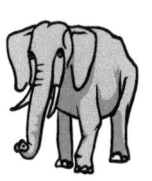

大象

tembo

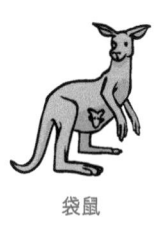

袋鼠

kangaruu

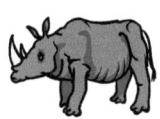

犀牛

kifaru

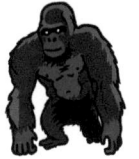

大猩猩

sokwe

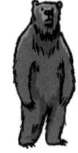

熊

dubu

骆驼

ngamia

鸵鸟

mbuni

狮子

simba

猴子

tumbili

火烈鸟

heroe

鹦鹉

kasuku

北极熊

dubu

企鹅

penguini

鲨鱼

papa

孔雀

tausi

蛇

nyoka

鳄鱼

mamba

动物园管理员

mtunza wanyama

海豹

muhuri

美洲豹

jaguar

矮种马

mwanafarasi

豹

chui

河马

kiboko

长颈鹿

twiga

老鹰

tai

野猪

nguruwe mwitu

鱼

samaki

龟

kobe

海象

sili

狐狸

mbweha

羚羊

paa

橄榄球
soka ya marekani

骑自行车
uendeshaji baiskeli

网球
tenisi

篮球
mpira wa kikapu

游泳
kuogelea

拳击
ndondi

冰球
magongo ya barafuni

英式足球

soka

羽毛球

vinyoya

田径

riadha

手球

mpira wa mikono

滑雪

skii

马球

polo

活动
shughuli

笑
cheka
跳
kuruka
拥抱
kumbatia
走路
kutembea
唱
kuimba
做梦
ota ndoto
祈祷
kuomba
亲吻
busu

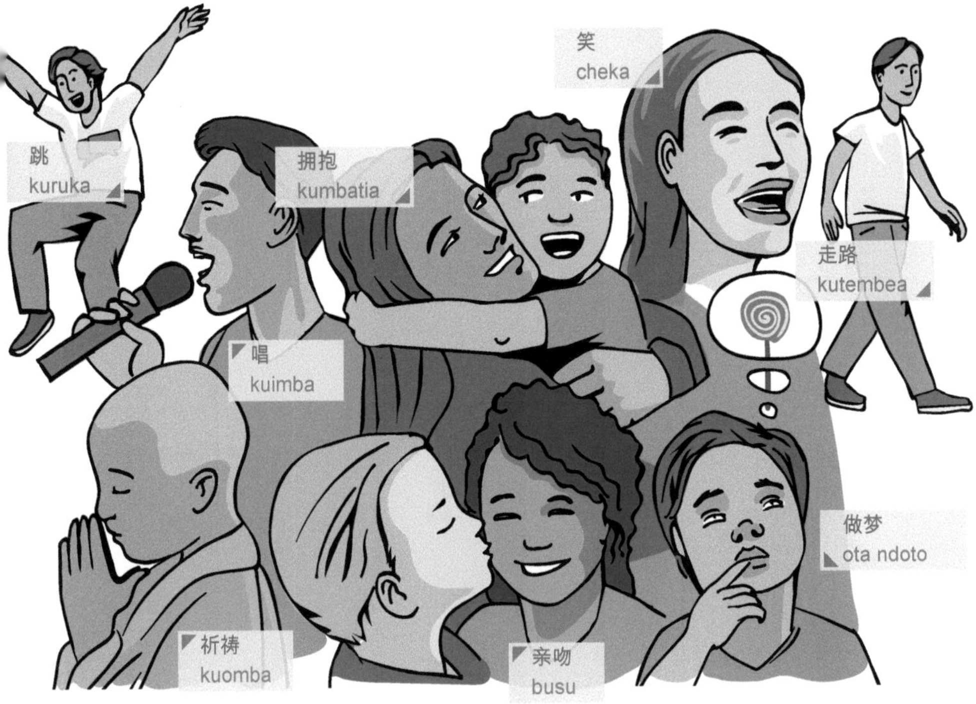

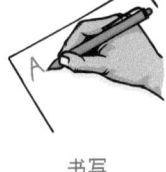

书写

kuandika

画

kuteka

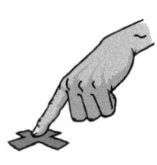

展示

angalia

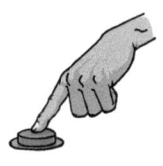

推

sukuma

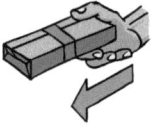

给

kutoa

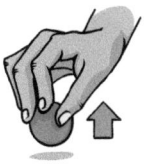

拿

kuchukua

有
kuwa

做
fanya

当
kuwa

站
kusimama

跑
kukimbia

拉
vuta

扔
kutupa

摔倒
kuanguka

躺
hadaa

等待
kusubiri

携带
kubeba

坐
kukaa

穿衣
vaa nguo

睡觉
usingizi

醒来
kuamka

看
kuangalia

哭
lia

抚摸
kiharusi

梳头
chana nywele

交谈
ongea

明白
kuelewa

问
kuuliza

听
kusikiliza

喝
kunywa

吃
kula

清理
nadhifisha

爱
upendo

做饭
mpishi

开车
gari

飞
kuruka

航行

meli

计算

kokotoa

读

kusoma

学习

kujifunza

工作

kazi

结婚

kuoa

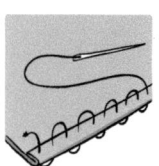

缝

kushona

刷牙

piga mswaki

杀

kuua

抽烟

moshi

寄

kutuma

familia

祖母
bibi

祖父
babu

父亲
baba

母亲
mama

婴童
mtoto

女儿
binti

儿子
bin

客人

mgeni

阿姨

shangazi

叔叔

mjomba

兄弟

kaka

姐妹

dada

身体

mwili

前额
paji la uso
眼睛
jicho
脸
uso
下巴
kidevu
乳房
matiti
手指
kidole
手
mkono
手臂
mkono
肩膀
bega
腿
mguu

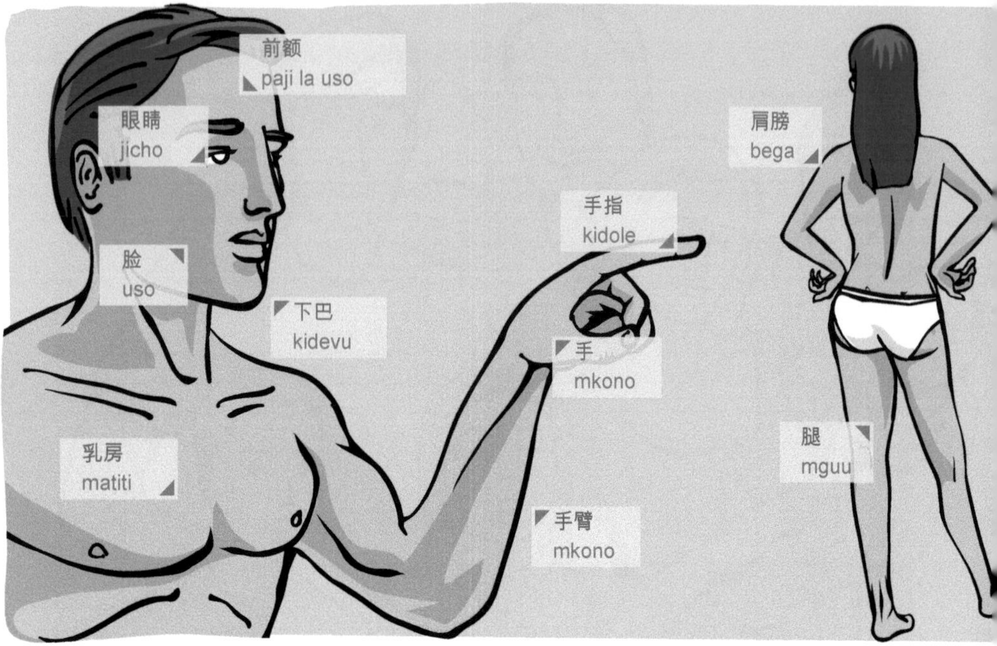

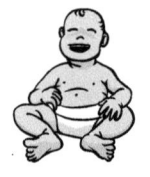

婴童

mtoto

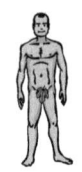

男人

mwanamume

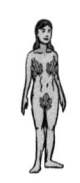

女人

mwanamke

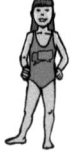

女孩

msichana

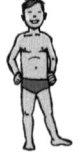

男孩

mvulana

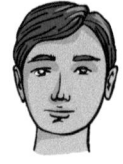

头

kichwa

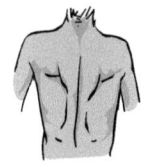

背部

nyuma

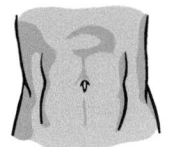

肚子

tumbo

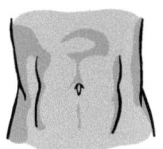

肚脐

kitovu

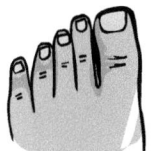

脚趾

chano

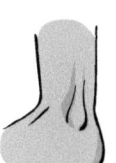

脚后跟

kisigino

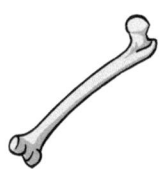

骨头

mfupa

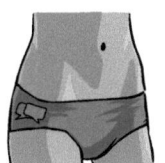

臀部

nyonga

膝盖

goti

手肘

kiwiko

鼻子

pua

屁股

chini

皮肤

ngozi

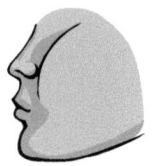

脸颊

shavu

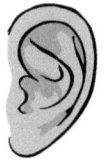

耳朵

sikio

嘴唇

mdomo

身体 - mwili

69

嘴

kinywa

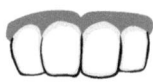

牙齿

jino

舌头

ulimi

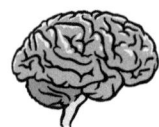

脑

ubongo

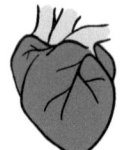

心脏

moyo

肌肉

misuli

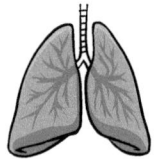

肺

pafu

肝脏

ini

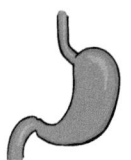

胃

tumbo

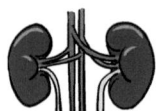

肾脏

figo

性交

jinsia

避孕套

kondomu

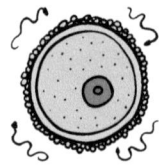

卵子

ovari

精子

shahawa

怀孕

mimba

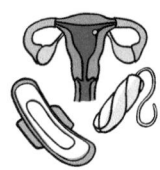

月经

hedhi

阴道

uke

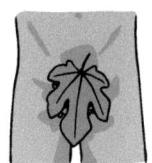

阴茎

uume

眉毛

unyusi

头发

nywele

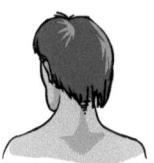

脖子

shingo

医院

hospitali

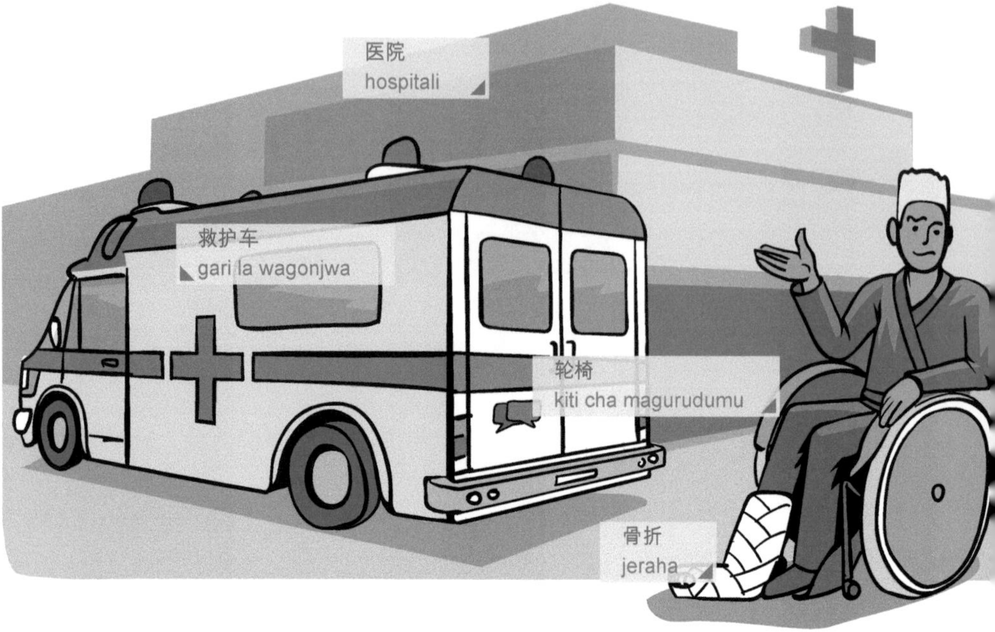

医院
hospitali
救护车
gari la wagonjwa
轮椅
kiti cha magurudumu
骨折
jeraha

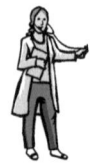

医生

daktari

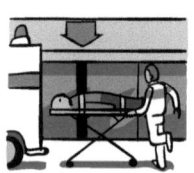

急诊室

chumba cha dharura

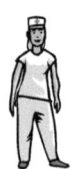

护士

muuguzi

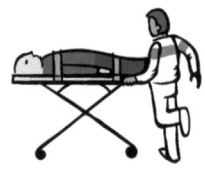

紧急情况

dharura

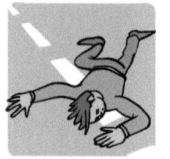

昏迷

kupoteza fahamu

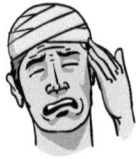

痛

maumivu

受伤

kuumia

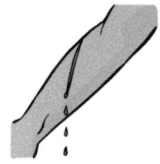

出血

kutokwa na damu

心脏病发作

mshtuko wa moyo

中风

kiharusi

过敏

mzio

咳嗽

kikohozi

发烧

homa

流感

mafua

腹泻

kuharisha

头痛

maumivu ya kichwa

癌症

kansa

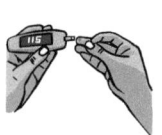

糖尿病

ugonjwa wa kisukari

外科医生

daktari mpasuaji

手术刀

kisu kidogo cha kupasulia

手术

operesheni

CT

picha changanufu ya mwili

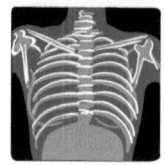

X光

Eksrei

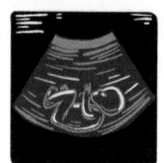

超声波

mawimbi sauti

口罩

barakoa ya uso

疾病

ugonjwa

候诊室

chumba cha kusubiri

拐杖

mkongojo

石膏

plasta

绷带

bendeji

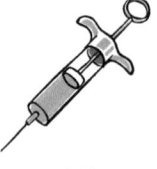

注射

sindano

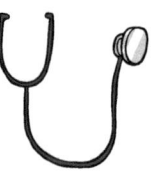

听诊器

stetoskopu

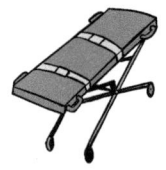

担架

machela

体温计

kipimajoto cha kliniki

出生

kuzaliwa

超重

unene kupita kiasi

助听器
kusikia misaada

消毒液
kipukusi

感染
maambukizi

病毒
virusi

艾滋病
VVU / UKIMWI

药物
dawa

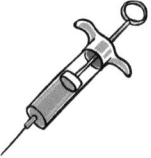

接种疫苗
chanjo

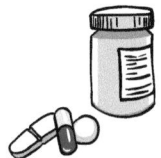

药片
vidonge

药丸
kidonge

急救电话
simu ya dharura

血压计
haemodainamometa

生病/健康
mgonjwa / mwenye afya

救命！
Msaada!

警报
kengele

突击
pigo

攻击
shambulizi

危险
hatari

紧急出口
lango la dharura

着火啦！
Moto!

灭火器
kizima moto

意外
ajali

急救箱
vifaa vya huduma ya kwanza

呼救信号
wito wa msaada

警察
polisi

欧洲

Ulaya

北美洲

Amerika ya Kaskazini

南美洲

Amerika ya Kusini

非洲

Afrika

亚洲

Asia

澳洲

Australia

大西洋

Atlantiki

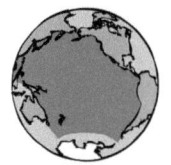

太平洋

Pasifiki

印度洋

Bahari ya Hindi

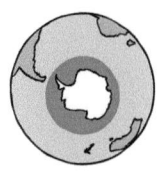

南冰洋

Bahari ya Antaktiki

北冰洋

Bahari ya Aktiki

北极

Ncha ya Kaskazini

南极

Ncha ya Kusini

南极洲

Antaktika

地球

dunia

陆地

nchi

海

bahari

岛

kisiwa

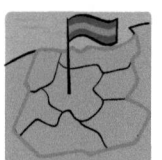

国家

taifa

国家

jimbo

钟面

uso wa saa

时针

akrabu ya saa

分针

akrabu ya dakika

秒针

akrabu ya sekunde

现在几点？

Ni saa ngapi?

天

siku

时间

wakati

现在

sasa

电子表

saa ya dijitali

分

dakika

时

saa

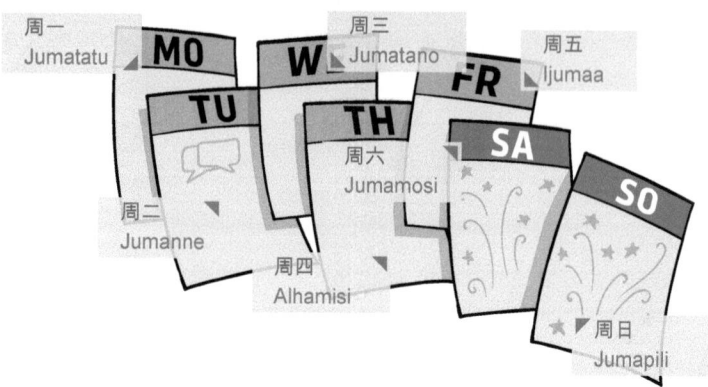

周一 Jumatatu

周三 Jumatano

周五 Ijumaa

周二 Jumanne

周六 Jumamosi

周四 Alhamisi

周日 Jumapili

昨天

jana

今天

leo

明天

kesho

早晨

asubuhi

中午

saa sita mchana

晚上

jioni

MO	TU	WE	TH	FR	SA	SU
1	2	3	4	5	6	7
8	9	10	11	12	13	14
15	16	17	18	19	20	21
22	23	24	25	26	27	28
29	30	31	1	2	3	4

工作日

siku za biashara

MO	TU	WE	TH	FR	SA	SU
1	2	3	4	5	6	7
8	9	10	11	12	13	14
15	16	17	18	19	20	21
22	23	24	25	26	27	28
29	30	31	1	2	3	4

周末

mwishoni mwa wiki

年

mwaka

彩虹
upinde wa mvua
雨
mvua
雪
theluji
风
upepo
春
majira ya machipuko
秋
vuli
夏
kiangazi
冬
majira ya baridi

4.APRIL 11°
5.APRIL 4°
6.APRIL 13°
7.APRIL 8°
8.APRIL 10°

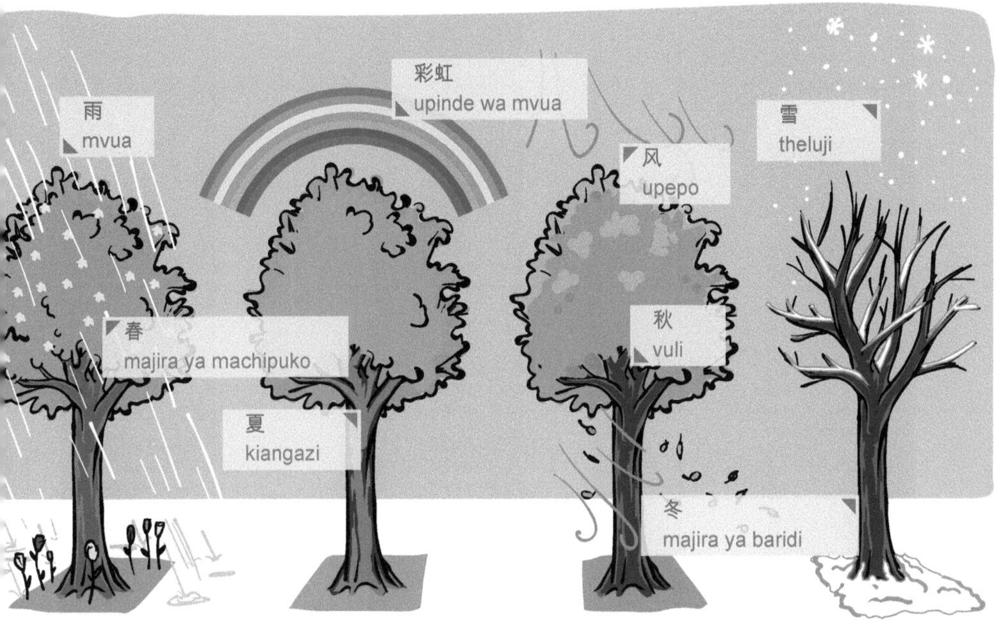

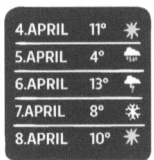

天气预报

utabiri wa hali ya hewa

F
C
120
90
60
30
0
-30
40
30
20
10
0
-10
-20

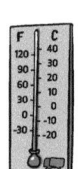

温度计

kipimajoto

阳光

mwanga wa jua

云

wingu

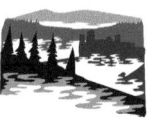

雾

ukungu

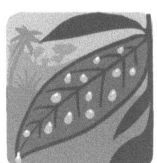

潮湿

unyevu

闪电

umeme

打雷

radi

风暴

dhoruba

冰雹

mvua ya mawe

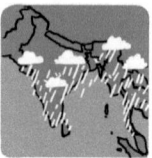
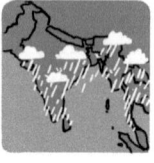

季风

monsuni

洪水

mafuriko

冰

barafu

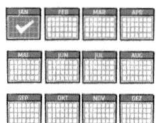

一月

Januari

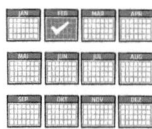

二月

Februari

三月

Machi

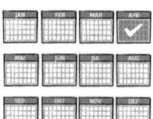

四月

Aprili

五月

Mei

六月

Juni

七月

Julai

八月

Agosti

九月
....
Septemba

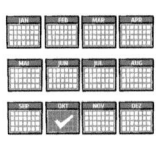

十月
....
Oktoba

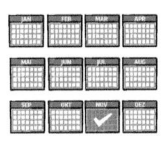

十一月
....
Novemba

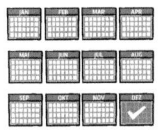

十二月
....
Desemba

形状
maumbo

圆形
....
mduara

正方形
....
mraba

长方形
....
mstatili

三角形
....
pembetatu

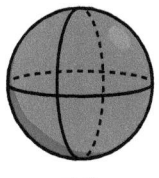

球体
....
nyanja

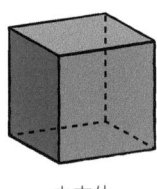

立方体
....
mchemraba

白

nyeupe

黄

manjano

橙

chungwa

粉

rangi ya waridi

红

nyekundu

紫

hudhurungi

蓝

bluu

绿

kijani

棕

hanja

灰

jivujivu

黑

nyeusi

很多/少许

mengi / kidogo

生气/平静

hasira / pole

美/丑

nzuri / mbaya

首/尾

mwanzo / mwisho

大/小

kubwa / ndogo

明/暗

angavu / giza

兄弟/姐妹

kaka / dada

干净/肮脏

safi / chafu

完整/缺失

kamilika / tokamilika

白天/晚上

siku / usiku

死/生

wafu / hai

宽/窄

pana / nyembamba

可食用/非食用

kulika / kutolika

邪恶/善良

ovu / ema

兴奋/无聊

sisimkwa / udhika

胖/瘦

nene / nyembamba

第一/最后

kwanza / mwisho

朋友/敌人

rafiki / adui

满/空

jaa / tupu

硬/软

ngumu / laini

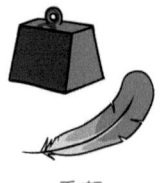

重/轻

nzito / nyepesi

饿/渴

njaa / kiu

生病/健康

mgonjwa / mwenye afya

非法/合法

haramu / kisheria

聪明/愚笨

akili / kijinga

左/右

kushoto / kulia

近/远

karibu / mbali

新/旧

mpya / kutumika

没有/有些

kitu / jambo

老/幼

zee / changa

开/关

waka / zima

打开/合上

wazi / fungwa

安静/吵闹

utulivu / kelele

富/穷

tajiri / masikini

对/错

sahihi / kosa

粗糙/光滑

mbaya / laini

伤心/高兴

huzunika / furahia

短/长

fupi /ndefu

慢/快

polepole / haraka

湿/干

nyevu / kavu

温暖/凉爽

joto / baridi

战争/和平

vita / amani

0	**1**	**2**
零	一	二
sufuri	moja	mbili

3	**4**	**5**
三	四	五
tatu	nne	tano

6	**7**	**8**
六	七	八
sita	saba	nane

9	**10**	**11**
九	十	十一
tisa	kumi	kumi na moja

12

十二
kumi na mbili

13

十三
kumi na tatu

14

十四
kumi na nne

15

十五
kumi na tano

16

十六
kumi na sita

17

十七
kumi na saba

18

十八
kumi na nane

19

十九
kumi na tisa

20

二十
ishirini

100

百
mia

1.000

千
elfu

1.000.000

百万
milioni

英语

Kiingereza

美式英语

Kiingereza cha Marekani

普通话

Kimandarini cha Uchina

印地语

Kihindi

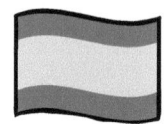

西班牙语

Kihispania

法语

Kifaransa

阿拉伯语

Kiarabu

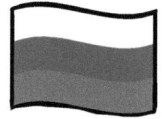

俄语

Kirusi

葡萄牙语

Kireno

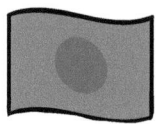

孟加拉语

Kibengali

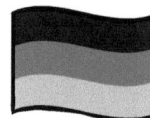

德语

Kijerumani

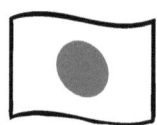

日语

Kijapani

我
mimi

你
wewe

他/她/它
yeye / yeye / ni

我们
sisi

你们
wewe

他们
wao

谁？
nani?

什么？
nini?

怎样？
jinsi gani?

哪里？
wapi?

什么时候？
lini?

名字
jina

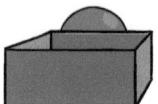

后面

nyuma

里面

katika

前面

mbele ya

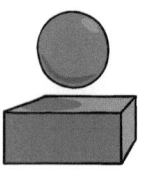

上方

juu ya

上面

kwenye

下面

chini ya

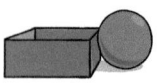

旁边

kando

中间

kati

地点

mahali